trường học - sekolah	2
du lịch - berjalan	5
vận chuyển - pengangkutan	8
thành phố - bandar	10
phong cảnh - landskap	14
khách sạn - restoran	17
siêu thị - pasar raya	20
thức uống - minuman	22
thức ăn - makanan	23
nông trại - ladang	27
nhà - rumah	31
phòng khách - ruang tamu	33
bếp - dapur	35
phòng tắm - bilik air	38
phòng trẻ em - bilik kanak-kanak	42
y phục - pakaian	44
văn phòng - pejabat	49
kinh tế - ekonomi	51
nghề nghiệp - pekerjaan	53
dụng cụ - alat	56
nhạc cụ - alat muzik	57
vườn bách thú - zoo	59
thể thao - sukan	62
các hoạt động - aktiviti	63
gia đình - keluarga	67
cơ thể - badan	68
bệnh viện - hospital	72
cấp cứu - kecemasan	76
trái đất - bumi	77
đồng hồ - jam	79
tuần lễ - minggu	80
năm - tahun	81
hình dạng - bentuk	83
màu sắc - warna	84
đối lập - berlawanan	85
con số - nombor	88
các ngôn ngữ - bahasa-bahasa	90
ai / cái gì / như thế nào - siapa / apa / bagaimana	91
ở đâu - di mana	92

AF189292

Impressum
Verlag: BABADADA GmbH, Nedderfeld 112 , 22529 Hamburg
Geschäftsführer / Verlagsleitung: Harald Hof
Druck: Books on Demand GmbH, In de Tarpen 42, 22848 Norderstedt

Imprint
Publisher: BABADADA GmbH, Nedderfeld 112 , 22529 Hamburg, Germany
Managing Director / Publishing direction: Harald Hof
Print: Books on Demand GmbH, In de Tarpen 42, 22848 Norderstedt, Germany

trường học
sekolah

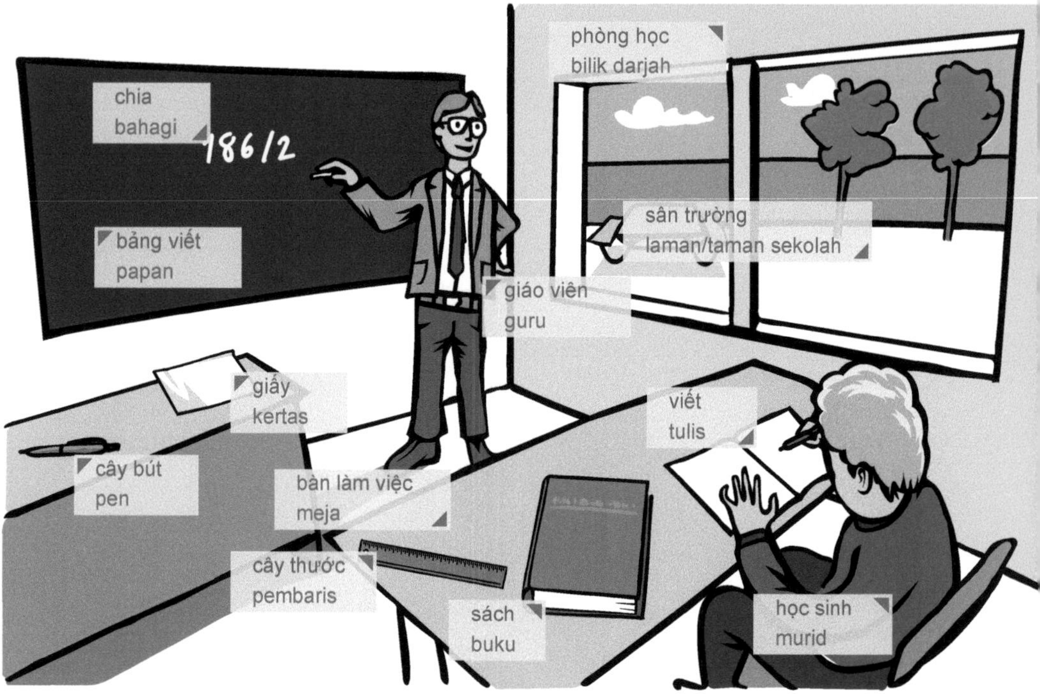

phòng học
bilik darjah
chia
bahagi
186/2
bảng viết
papan
sân trường
laman/taman sekolah
giáo viên
guru
giấy
kertas
viết
tulis
cây bút
pen
bàn làm việc
meja
cây thước
pembaris
sách
buku
học sinh
murid

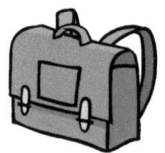

cặp đeo vai học sinh

beg galas

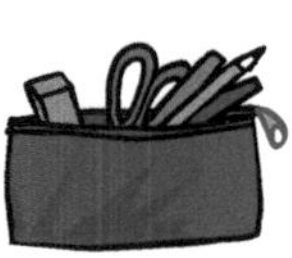

hộp đựng bút

kotak pensel

bút chì

pensel

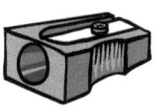

cái gọt bút chì

pengasah pensel

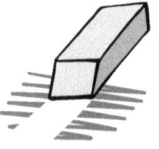

cục tẩy

pemadam

tập giấy vẽ

kertas lukisan

bản vẽ

melukis

cọ vẽ

berus lukis

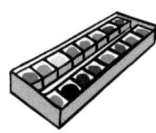

hộp mực vẽ

kotak warna

cây kéo

gunting

keo dán

gam

sách bài tập

buku latihan

bài tập ở nhà

kerja rumah

12

số

nombor

2+2

cộng

tambah

5-2

trừ

tolak

2✕2

nhân

darab

tính toán

kira

A

chữ cái

huruf

ABCDEFG HIJKLMN OPQRSTU VWXYZ

bảng chữ cái

abjad

từ

kata

văn bản

teks

đọc

baca

phấn viết

kapur

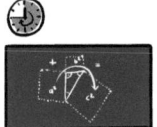

bài học

pelajaran

sổ lớp

daftar

thi kiểm tra

peperiksaan

chứng chỉ

sijil

đồng phục học sinh

uniform sekolah

giáo dục

pendidikan

từ điển bách khoa

ensiklopedia

đại học

universiti

kính hiển vi

mikroskop

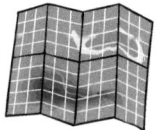

bản đồ

peta

thùng rác giấy

bakul sampah

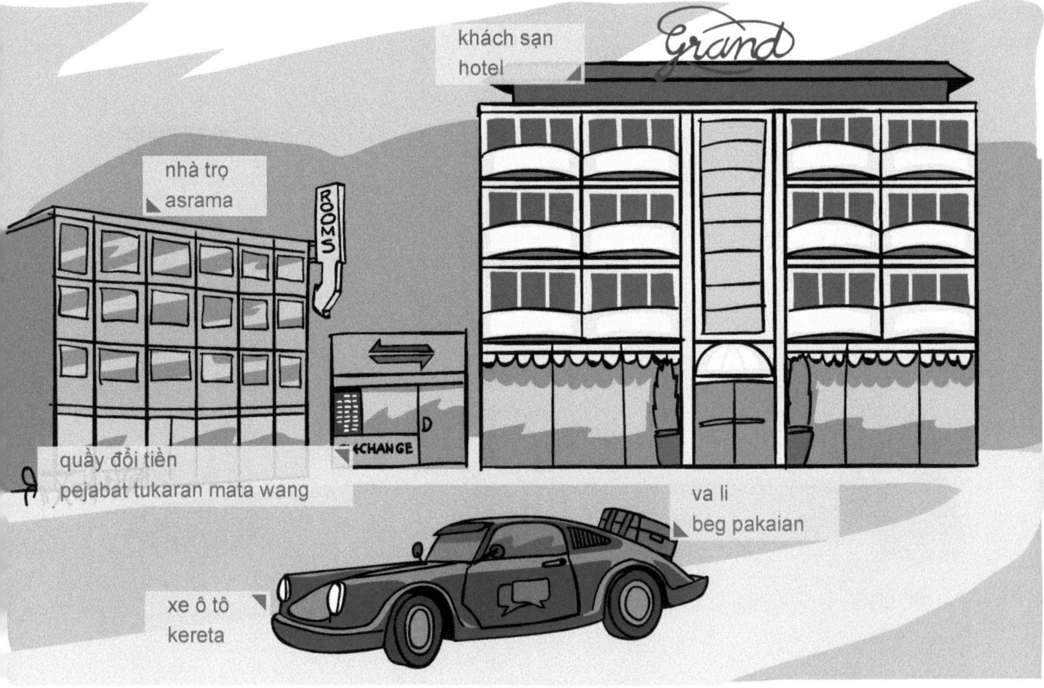

khách sạn
hotel

Grand

nhà trọ
asrama

ROOMS

quầy đổi tiền
pejabat tukaran mata wang

EXCHANGE

va li
beg pakaian

xe ô tô
kereta

ngôn ngữ

bahasa

có / không

ya / tidak

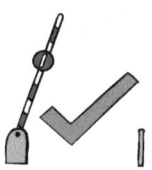

ô kê

okey

Xin chào

helo

thông dịch viên

penterjemah

cám ơn

Terima kasih

… bao nhiêu tiều?	tôi không hiểu	vấn đề
berapa banyak…?	saya tidak faham	masalah

Xin chào! (buổi tối)	xin chào! (buổi sáng)	chúc ngủ ngon!
Selamat petang!	Selamat Pagi!	Selamat Malam!

tạm biệt	hướng đi	hành lý
selamat tinggal	arah	bagasi

túi xách	túi ba lô	khách
beg	beg galas	tetamu

phòng	túi ngủ	lều
bilik tidur	beg tidur	khemah

thông tin du lịch

maklumat pelancong

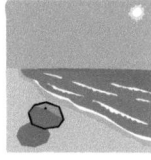

bãi biển

pantai

thẻ tín dụng

kad kredit

ăn sáng

sarapan

ăn trưa

makan tengah hari

ăn tối

makan malam

vé xe

tiket

thang máy

lif

tem bưu điện

setem

biên giới

sempadan

hải quan

kastam

đại sứ quán

kedutaan

thị thực

visa

hộ chiếu

pasport

vận chuyển
pengangkutan

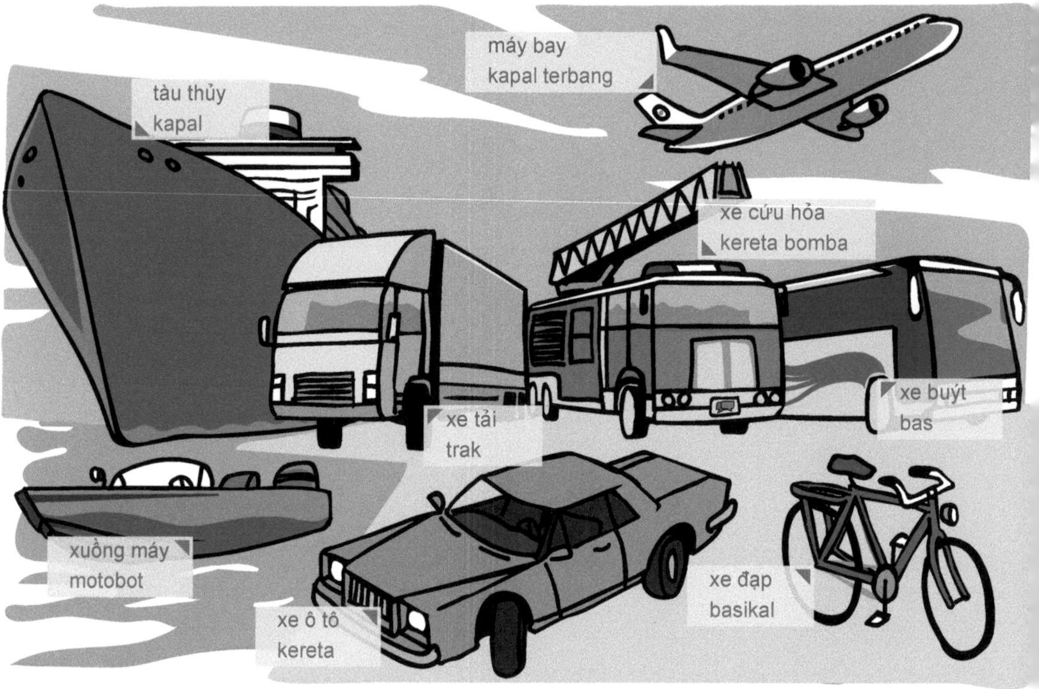

máy bay
kapal terbang
tàu thủy
kapal
xe cứu hỏa
kereta bomba
xe buýt
bas
xe tải
trak
xuồng máy
motobot
xe đạp
basikal
xe ô tô
kereta

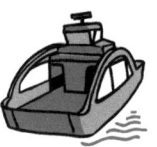

phà

feri

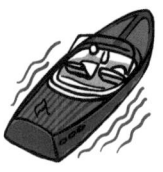

xuồng

bot

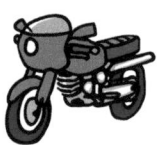

xe máy

motosikal

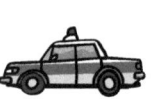

xe cảnh sát

kereta polis

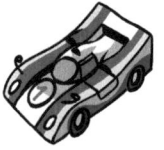

xe đua

kereta lumba

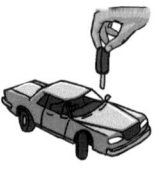

xe cho thuê

kereta sewa

dịch vụ thuê xe tự lái

berkongsi kereta

xe kéo cứu hộ

trak tunda

xe rác

trak menolak

động cơ

motor

xăng

bahan api

trạm xăng

stesen minyak

biển báo giao thông

tanda trafik

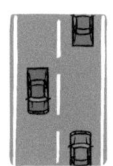

giao thông

trafik

ách tắc giao thông

kesesakan lalu lintas

bãi đậu xe

tempat parkir

nhà ga

stesen kereta api

đường ray

trek

xe lửa

kereta api

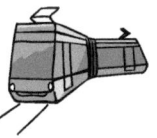

tàu điện

trem

toa xe

gerabak

máy bay trực thăng
helikopter

sân bay
lapangan terbang

tháp
Menara

hành khách
penumpang

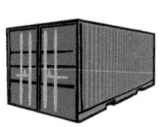

côngtenơ
bekas

thùng các-tông
kadbod

xe đẩy
kart

cái giỏ
bakul

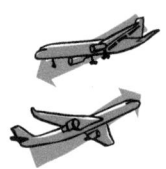

cất cánh / hạ cánh
berlepas / mendarat

thành phố
bandar

làng
kampung

trung tâm thành phố
pusat bandar

nhà
rumah

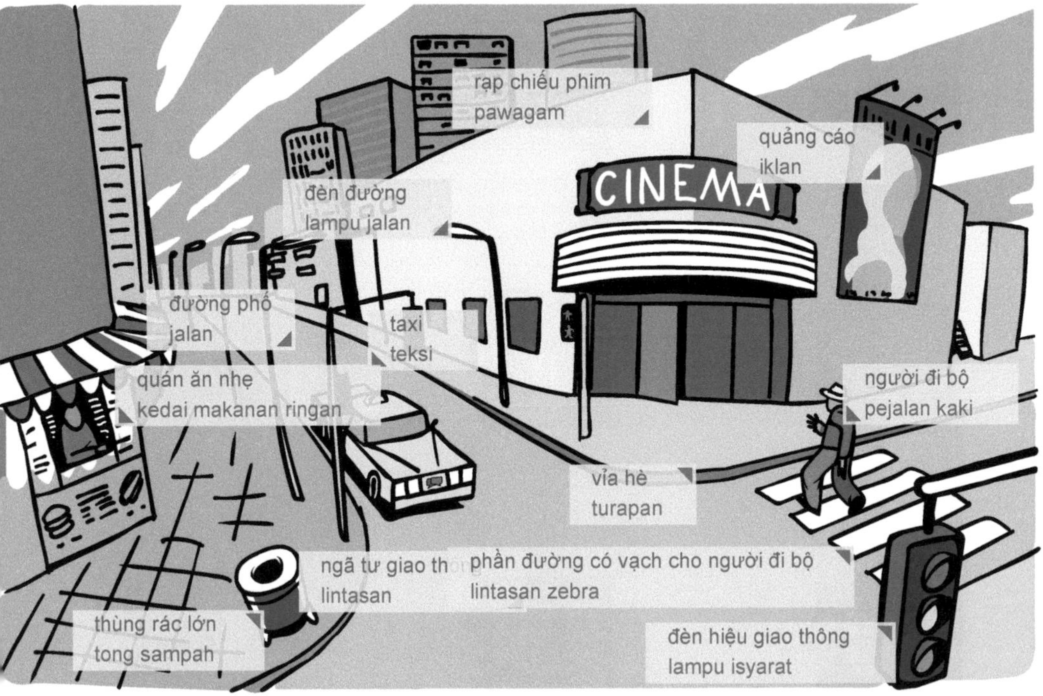

rạp chiếu phim
pawagam

quảng cáo
iklan

đèn đường
lampu jalan

CINEMA

đường phố
jalan

taxi
teksi

quán ăn nhẹ
kedai makanan ringan

người đi bộ
pejalan kaki

vỉa hè
turapan

ngã tư giao th
lintasan

phần đường có vạch cho người đi bộ
lintasan zebra

thùng rác lớn
tong sampah

đèn hiệu giao thông
lampu isyarat

nhà chòi

pondok

căn hộ

flat

nhà ga

stesen kereta api

tòa thị chính

dewan bandar

viện bảo tàng

muzium

trường học

sekolah

đại học
universiti

ngân hàng
bank

bệnh viện
hospital

khách sạn
hotel

hiệu thuốc
farmasi

văn phòng
pejabat

hiệu sách
kedai buku

cửa hiệu
kedai

cửa hiệu bán hoa
kedai bunga

siêu thị
pasar raya

chợ
pasaran

cửa hàng bách hóa
gedung

người bán cá
penjual ikan

trung tâm mua bán
pusat membeli-belah

bến cảng
pelabuhan

công viên

taman

ghế băng

bangku

cầu

jambatan

cầu thang

tangga

tàu điện ngầm

bawah tanah

đường hầm

terowong

trạm xe buýt

hentian bas

quán bar

bar

khách sạn

restoran

hòm thư công cộng

peti surat

bảng hiệu đường

papan tanda jalan

đồng hồ đậu xe

meter parkir

vườn bách thú

zoo

bể bơi

kolam renang

nhà thờ Hồi giáo

masjid

nông trại
ladang

ô nhiễm môi trường
pencemaran

nghĩa trang
tanah perkuburan

nhà thờ
gereja

sân chơi
taman permainan

ngôi đền
kuil

phong cảnh
landskap

lá cây
daun

bảng chỉ đường
tiang tanda

lối đi
jalan

bãi cỏ
padang rumput

hòn đá
batu

cây
pokok

người đi bộ đường dài
pejalan kaki

sông
sungai

cỏ
rumput

bông hoa
bunga

thung lũng

lembah

đồi

bukit

hồ nước

tasik

rừng

hutan

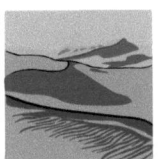

sa mạc

padang pasir

núi lửa

gunung berapi

lâu đài

istana

cầu vồng

pelangi

nấm

cendawan

cây cọ

pokok kelapa sawit

con muỗi

nyamuk

con ruồi

terbang

con kiến

semut

con ong

lebah

con nhện

labah-labah

bọ cánh cứng

kumbang

con ếch

katak

con sóc

tupai

con nhím

landak

con thỏ

arnab

con cú

burung hantu

con chim

burung

thiên nga

angsa

heo rừng

babi jantan

con hươu

rusa

nai sừng tấm

moose

đê

empangan

tuabin gió

turbin angin

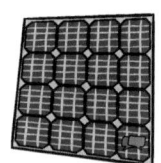

tấm năng lượng mặt trời

panel solar

khí hậu

iklim

bồi bàn
pelayan

thực đơn
menu

ghế
kerusi

súp
sup

bánh pizza
piza

bộ dao nĩa ăn
kutleri

khăn trải bàn
alas meja

món ăn khai vị

pemula

món ăn chính

hidangan utama

món tráng miệng

pencuci mulut

thức uống

minuman

thức ăn

makanan

cái chai

botol

thức ăn nhanh

makanan segera

thức ăn đường phố

makanan jalanan

ấm trà

teko

hộp đường

mangkuk gula

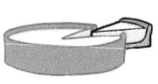

khẩu phần

bahagian

máy pha espresso

mesin espreso

ghế cao

kerusi tinggi

hóa đơn

bil

khay

dulang

dao

pisau

nĩa

garfu

thìa

sudu

thìa uống trà

sudu teh

khăn ăn

serviette

cốc thủy tinh

gelas

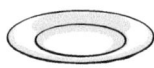

đĩa

pinggan

đĩa súp

mangkuk sup

đĩa lót cốc

piring

nước sốt

sos

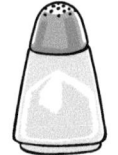

lọ muối

tempat garam

cái xay tiêu

pengisar lada

giấm

cuka

dầu

minyak

gia vị

rempah

nước xốt cà chua

sos

tương hạt cải

mustard

nước sốt mayonnaise

mayones

siêu thị
pasar raya

chào giá đặc biệt
tawaran istimewa
khách hàng
pelanggan
sản phẩm từ sữa
tenusu
FOR
trái cây
buah-buahan
xe đẩy mua sắm
troli

BUTCHERS

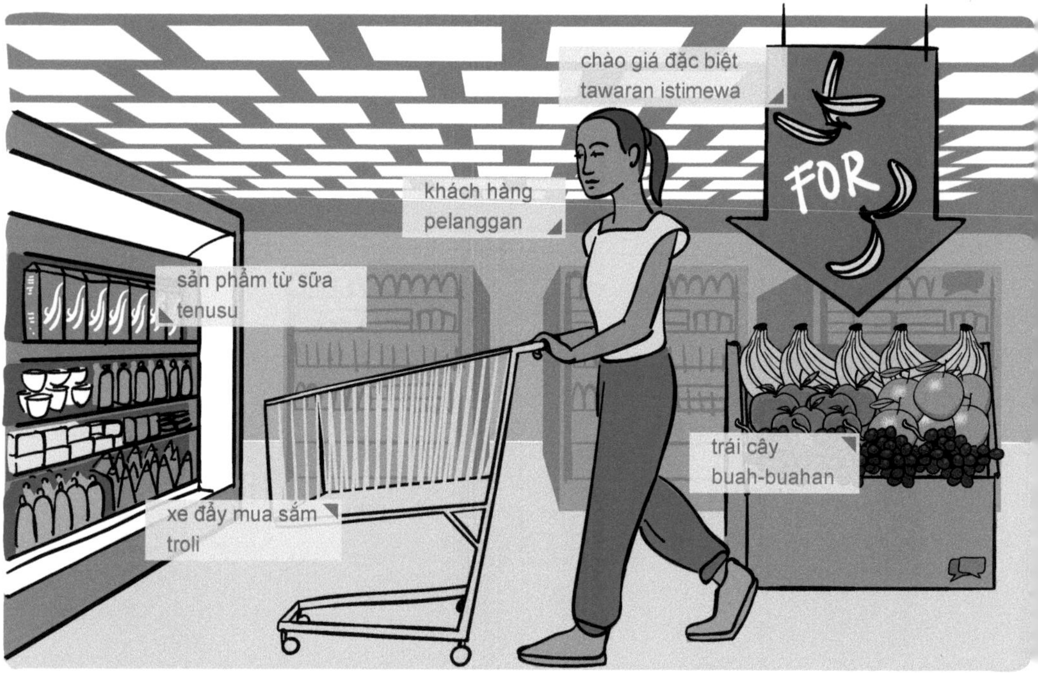

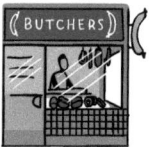

lò mổ

tukang daging

BAKERY

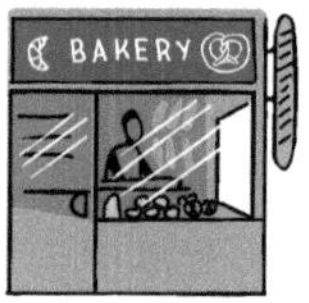

cửa hiệu bán bánh mì

kedai roti

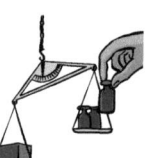

cân nặng

berat

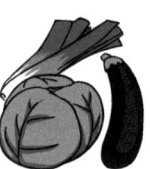

rau quả

sayur-sayuran

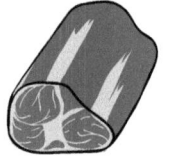

thịt

daging

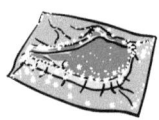

thức ăn đông lạnh

makanan sejuk beku

lát thịt nguội

daging sejuk

đồ hộp

makanan dalam tin

bột giặt

serbuk pencuci

đồ ngọt

gula-gula

sản phẩm dùng trong gia đình

produk isi rumah

chất tẩy rửa

produk pembersihan

người bán hàng

orang jualan

quầy trả tiền

daftar tunai

nhân viên thu ngân

juruwang

danh sách mua sắm

senarai membeli-belah

giờ mở cửa

waktu pembukaan

ví tiền

beg duit

thẻ tín dụng

kad kredit

túi đeo

beg

túi ny lông

beg plastik

nước

air

nước quả ép

jus

sữa

susu

coca-cola

kola

rượu vang

wain

bia

bir

cồn

alkohol

cacao

koko

trà

the

cà phê

kopi

espresso

espreso

cappuccino

kapucino

chuối

pisang

quả táo

epal

quả cam

oren

dưa hấu

tembikai

chanh

lemon

cà rốt

lobak merah

tỏi

bawang putih

tre

buluh

củ hành

bawang

nấm

cendawan

hạt dẻ

kacang

mì

mi

mì spaghetti

spageti

cơm

nasi

xà lách

salad

khoai tây chiên

kerepek

khoai tây chiên

kentang goreng

bánh pizza

piza

bánh hamburger

hamburger

bánh mì sandwich

sandwic

thịt côtlet

kutlet

thịt giăm bông

ham

xúc xích

salami

dồi

sosej

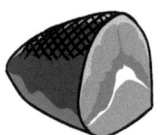

gà

ayam

rán

panggang

cá

ikan

cháo yến mạch

bubur oat

cháo muesli

muesli

bánh bột ngô nướng

emping jagung

bột mì

tepung

bánh sừng bò

kroisan

bánh mì

roti roll

bánh mì

roti

bánh mì nướng

roti bakar

bánh bích quy

biskut

bơ

mentega

sữa đông

dadih

bánh ngọt

kek

trứng

telur

trứng rán

telur goreng

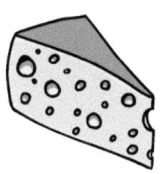

pho mát

keju

kem

ais krim

đường

gula

mật ong

madu

mứt

jem

kem nougat

krim nougat

cà ri

kari

nông trại
ladang

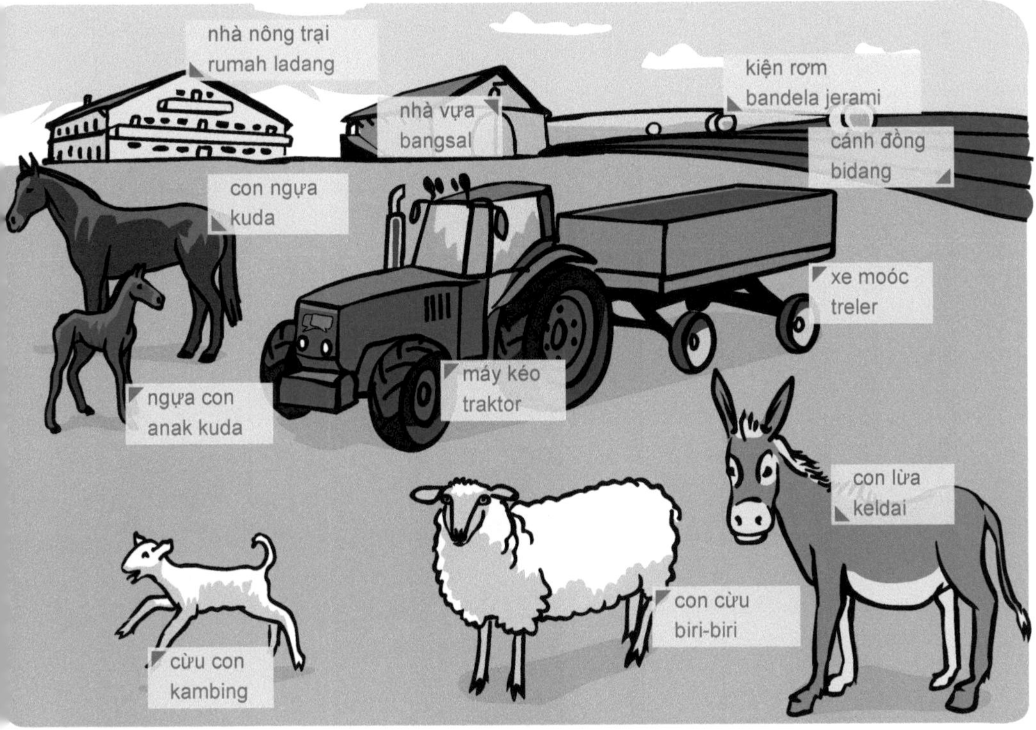

nhà nông trại
rumah ladang
nhà vựa
bangsal
kiện rơm
bandela jerami
cánh đồng
bidang
con ngựa
kuda
xe moóc
treler
máy kéo
traktor
ngựa con
anak kuda
con lừa
keldai
con cừu
biri-biri
cừu con
kambing

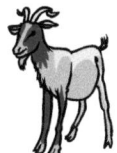

con dê

kambing

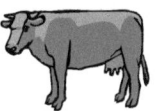

con bò

lembu

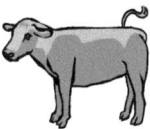

con bê

anak lembu

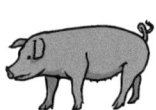

con lợn

babi

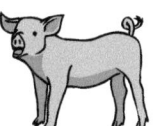

lợn con

anak babi

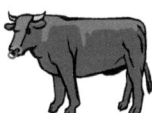

bò đực

lembu

con ngỗng

angsa

con vịt

itik

gà con

anak ayam

gà mái

ayam betina

gà trống

ayam jantan muda

con chuột

tikus

mèo

kucing

chuột nhắt

tikus

bò đực

lembu jantan

con chó

anjing

nhà chuồng chó

rumah anjing

ống tưới vườn cây

hos taman

thùng tưới cây

bekas siraman

lưỡi hái

sabit

cái cày

bajak

cái liềm

sabit

cái cuốc

cangkul

cái chĩa

serampang peladang

cái rìu

kapak

xe cút kít

kereta sorong

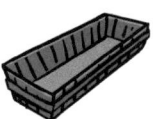

máng ăn

palung

lọ sữa

tin susu

bao tải

karung

hàng rào

pagar

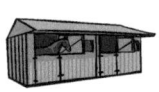

chuồng

stabil

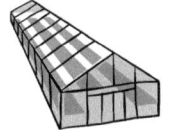

nhà kính trồng cây

rumah hijau

đất trồng

tanah

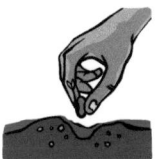

hạt giống

benih

phân bón

baja

máy gặt đập liên hợp

jentuai

thu hoạch
tuai

mùa thu hoạch
menuai

khoai lang
keladi

lúa mì
gandum

đậu nành
soya

khoai tây
kentang

ngô
jagung

hạt cải dầu
biji sawi

cây ăn trái
pokok buah-buahan

sắn
ubi kayu

ngũ cốc
bijirin

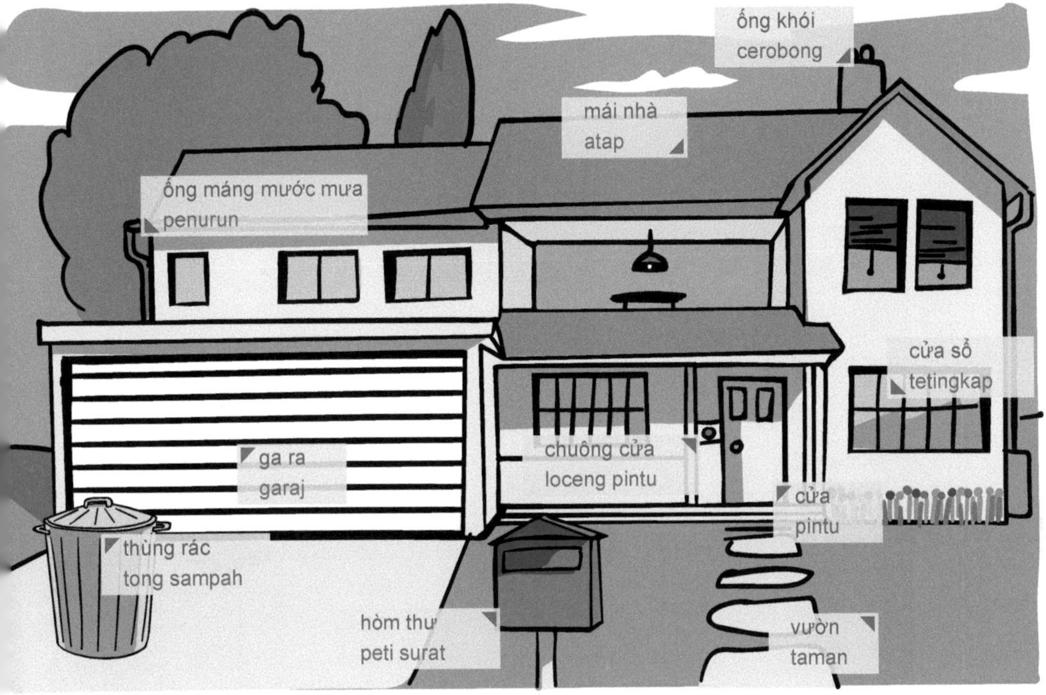

ống khói
cerobong

mái nhà
atap

ống máng mước mưa
penurun

cửa sổ
tetingkap

ga ra
garaj

chuông cửa
loceng pintu

cửa
pintu

thùng rác
tong sampah

hòm thư
peti surat

vườn
taman

phòng khách

ruang tamu

phòng tắm

bilik air

bếp

dapur

phòng ngủ

bilik tidur

phòng trẻ em

bilik kanak-kanak

phòng ăn

ruang makan

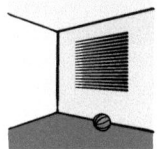

nền nhà

lantai

tường

dinding

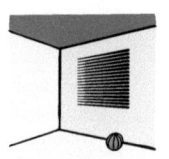

trần nhà

siling

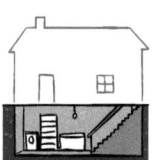

tầng hầm

bilik bawah tanah

tắm hơi

sauna

ban công

balkoni

sân hiên

teres

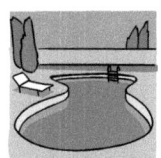

bể bơi

kolam renang

máy cắt cỏ

pemotong rumput

khăn trải giường

lembaran

khăn trải giường

penutup tilam

giường

katil

chổi

penyapu

cái xô

timba

công tắc điện

suis

phòng khách
ruang tamu

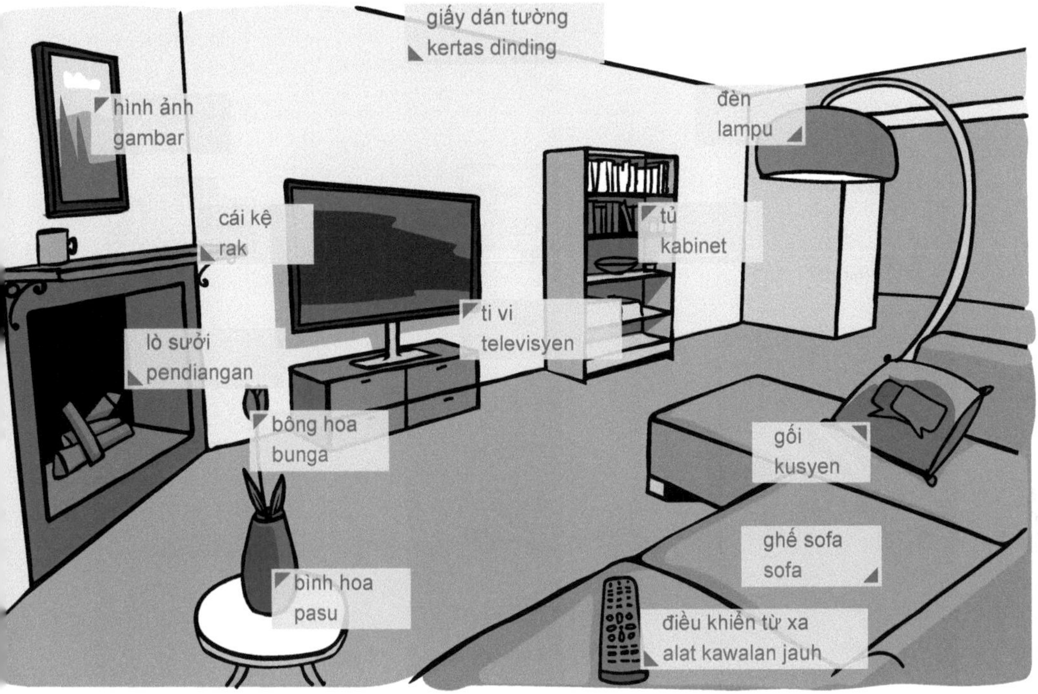

giấy dán tường
kertas dinding
hình ảnh
gambar
đèn
lampu
cái kệ
rak
tủ
kabinet
ti vi
televisyen
lò sưởi
pendiangan
bông hoa
bunga
gối
kusyen
ghế sofa
sofa
bình hoa
pasu
điều khiển từ xa
alat kawalan jauh

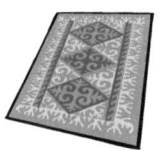

thảm
permaidani

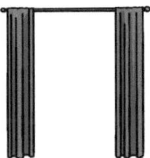

rèm
tirai

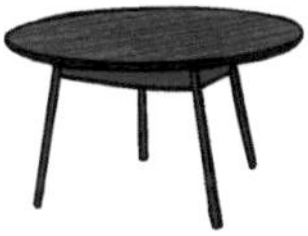

cái bàn
meja

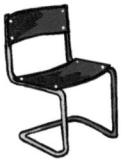

ghế
kerusi

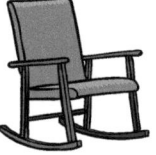

ghế bập bênh
kerusi malas

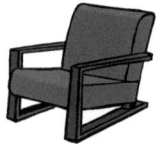

ghế bành
kerusi

sách

buku

cái chăn

selimut

đồ trang trí

hiasan

củi

kayu api

phim

filem

máy hi-fi

hi-fi

chìa khóa

kunci

báo

akhbar

bức tranh

lukisan

áp phích

poster

radio

radio

sổ ghi chép

buku catatan

máy hút bụi

penyedut habuk

cây xương rồng

kaktus

cây nến

lilin

bếp
dapur

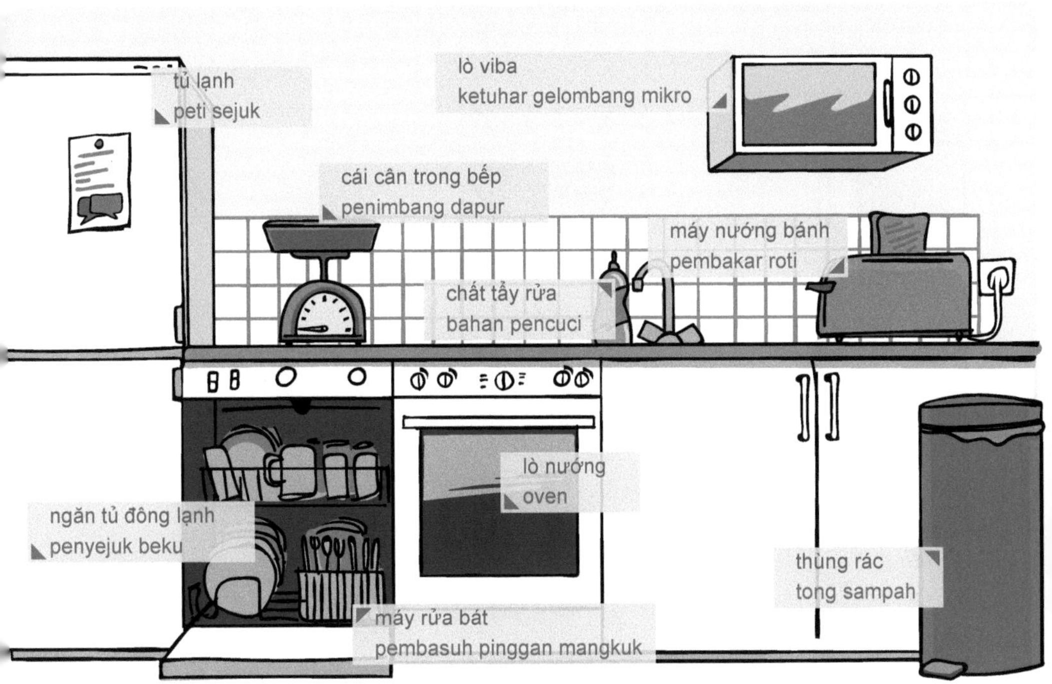
tủ lạnh
peti sejuk
lò viba
ketuhar gelombang mikro
cái cân trong bếp
penimbang dapur
máy nướng bánh
pembakar roti
chất tẩy rửa
bahan pencuci
lò nướng
oven
ngăn tủ đông lạnh
penyejuk beku
thùng rác
tong sampah
máy rửa bát
pembasuh pinggan mangkuk

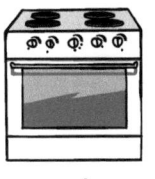

lò nấu

periuk dapur

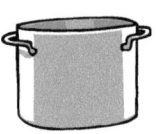

nồi

periuk

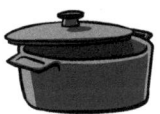

nồi sắt

periuk besi

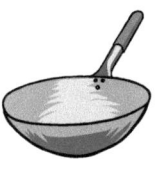

chảo

kuali

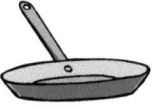

chảo

pan

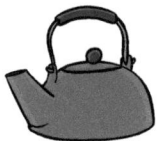

ấm đun nước

cerek

nồi đun hơi
pengukus

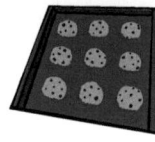

khay lò nướng
dulang pembakar

bát đĩa
pinggan mangkuk

cốc
koleh

cái bát
mangkuk

đũa
penyepit

cái vá
senduk

bàn xẻng
spatula

que đánh kem
pengadun

rây dùng trong bếp
penapis

cái rây lọc
ayak

cái nạo
pemarut

vữa
mortar

vỉ nướng
barbeku

ngọn lửa trần
pembakaran terbuka

cái thớt

papan pencincang

trục cán bột

pin golekan

cái mở nút chai

skru gabus

vỏ đồ hộp

tin

cái mở vỏ đồ hộp

pembuka tin

miếng nhấc nồi

pemegang periuk

bồn rửa bát

sinki

bàn chải

berus

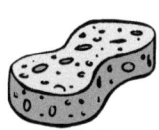

miếng xốp

span

máy xay

pengisar

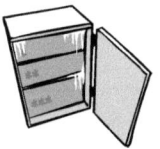

tủ đông lạnh

penyejuk beku

bình sữa cho trẻ sơ sinh

botol bayi

vòi nước

paip

bếp - dapur

phòng tắm
bilik air

lò sưởi
pemanasan
khăn lau
tuala
vòi hoa sen
mandi
rèm che ngăn tắm
tirai mandi
tắm bọt
mandi buih
bồn tắm
tab mandi
cốc thủy tinh
gelas
máy giặt
mesin basuh
vòi nước
paip
gạch lát
jubin
cái bô
tandas
bồn rửa bát
sinki

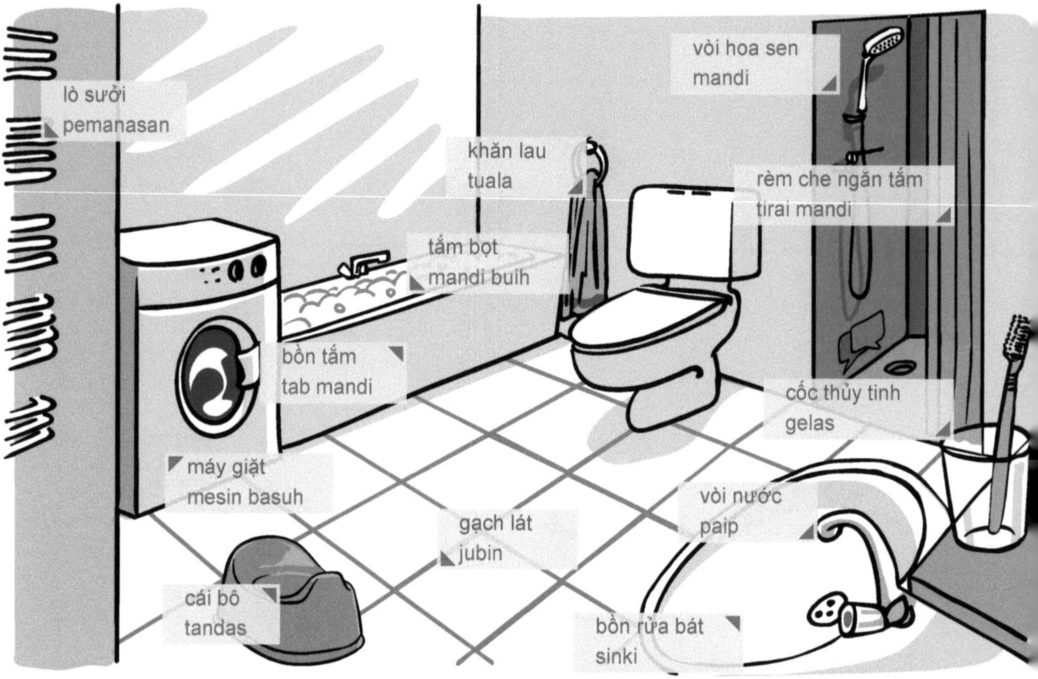

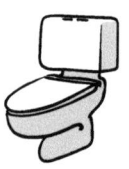

bồn cầu

tandas

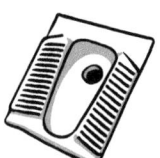

bồn cầu ngồi xổm

tandas mencangkung

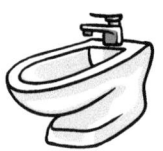

bồn rửa hậu môn

mangkuk tandas

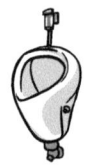

bồn tiểu tiện

tandas awam

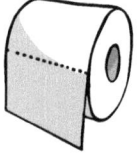

giấy vệ sinh

kertas tandas

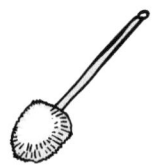

bàn chải cọ bồn cầu

berus tandas

bàn chải đánh răng

berus gigi

kem đánh răng

ubat gigi

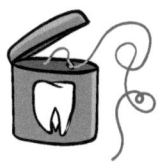

chỉ nha khoa

flos gigi

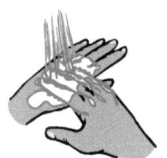

rửa

cuci

vòi sen cầm tay

mandian tangan

vòi rửa hậu môn

pancuran

bồn rửa

besen

bàn chải cọ lưng

belakang berus

xà phòng

sabun

sữa tắm

gel mandian

dầu gội

syampu

khăn cọ để tắm

flanel

lỗ thoát nước

longkang

kem

krim

chất khử mùi

deodoran

gương

cermin

gương tay

cermin tangan

dao cạo râu

pisau cukur

kem cạo râu

busa cukur

nước thơm dùng sau khi
cạo râu

selepas cukur

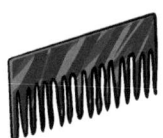

cái lược

sikat

bàn chải

berus

máy xấy tóc

pengering rambut

keo xịt tóc

semburan rambut

đồ trang điểm

mekap

thỏi son môi

gincu

sơn bôi móng

varnis kuku

bông

bulu kapas

kéo cắt móng

gunting kuku

nước hoa

pewangi

túi đựng đồ tắm

beg basuhan

ghế đẩu

bangku

cái cân

skala berat

áo choàng tắm

jubah mandi

găng tay làm vệ sinh

sarung tangan getah

nút gạc

kapas

băng vệ sinh

tuala wanita

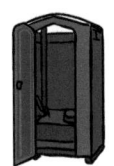

nhà vệ sinh hóa chất

tandas kimia

phòng trẻ em

bilik kanak-kanak

đồng hồ báo thức
jam loceng
thú bông
mainan kegemaran
xe đồ chơi
kereta mainan
cái lúc lắc
kerincing bayi
nhà búp bê
rumah anak patung
món quà
hadiah

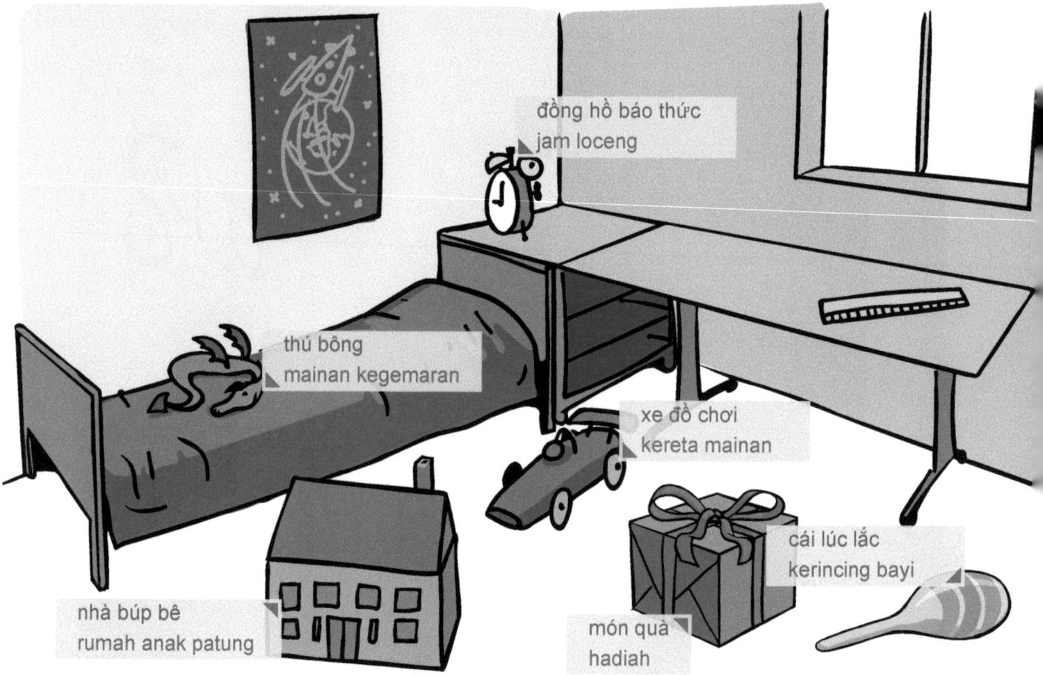

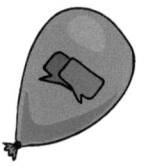

bong bóng

belon

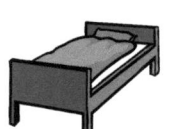

giường

katil

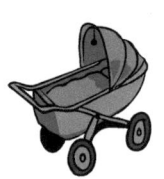

xe nôi

kereta sorong bayi

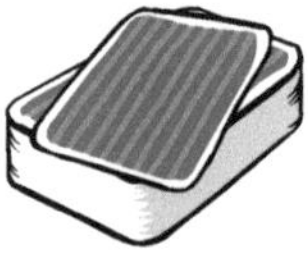

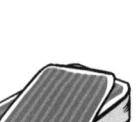

trò chơi bài

set kad

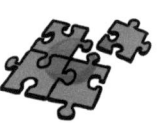

trò chơi ghép hình

susun suai gambar

SUPER MEGA

truyện tranh

komik

gạch Lego

batu bata lego

khối xếp hình

blok mainan

nhân vật hành động

figura aksi

áo liền quần cho trẻ sơ sinh

baju bayi

đĩa nhựa để ném

frisbee

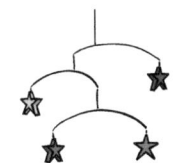

đồ chơi treo trên giường

mainan bayi mudah alih

trò chơi cờ bàn

permainan papan

xúc xắc

dadu

đồ chơi xe lửa mô hình

set model kereta api

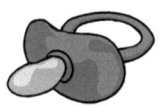

ti giả

palsu

buổi tiệc

parti

sách tranh

buku bergambar

quả bóng

bola

búp bê

anak patung

chơi

main

hố cát

lubang pasir

cái đu

buai

đồ chơi

mainan

máy chơi game cầm tay

konsol permainan video

xe ba bánh

basikal roda tiga

gấu bông

anak patung beruang

tủ quần áo

almari pakaian

y phục

pakaian

bít tất

stoking

bít tất dài

stoking

quần tất

ketat

khăn choàng cổ
skarf

ô che mưa
payung

áp phông
kemeja-t

/keselamatan

ủng
but

dép đi trong nhà
selipar

giày sneaker
kasut sukan

dép xăng đan
sandal

giày
kasut

ủng cao su
but getah

quần lót
seluar dalam

áo ngực
coli

áo vest
ves

áo ôm sát cơ thể

badan

quần dài

Seluar panjang

quần bò

jean

váy

skirt

áo cánh

blaus

áo sơ mi

kemeja

áo len chui đầu

baju panas sarung

áo len

sweater

áo blazer

blazer

áo jacket

jaket

áo khoác

kot

áo mưa

baju hujan

trang phục

kostum

áo váy

pakaian

áo cưới

baju pengantin

bộ com lê

sut

áo ngủ

baju tidur

pijama

baju tidur

trang phục sari

sari

khăn trùm đầu

skarf kepala

khăn đội đầu

serban

áo burka

burqa

áo captan

kaftan

áo aba

abaya/jubah

quần áo bơi

baju renang

quần bơi

seluar renang

quần đùi

seluar pendek

quần áo tracksuit

sut balapan

tạp dề

apron

găng tay

sarung tangan

cái cúc

butang

kính mắt

cermin mata

vòng đeo tay

gelang tangan

vòng cổ

rantai leher

nhẫn

cincin

hoa tai

subang

mũ lưỡi trai

topi

cái mắc treo áo quần

penyangkut kot

mũ

topi

cà vạt

tali leher

dây kéo phéc mơ tuya

zip

mũ bảo hiểm

topi keledar

dây đeo quần

pendakap

đồng phục học sinh

uniform sekolah

đồng phục

seragam

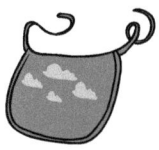

yếm trẻ em

lapik dada

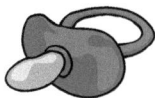

ti giả

palsu

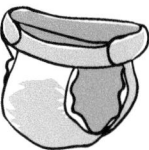

tã lót

lampin

văn phòng

pejabat

máy chủ
pelayan
tủ hồ sơ
kabinet fail
máy in
mesin pencetak
giấy
kertas
màn hình
monitor
chuột máy tính
tetikus
bàn làm việc
meja
thư mục
folder
bàn phím
papan kekunci
thùng rác giấy
bakul sampah
máy tính
komputer
ghế
kerusi

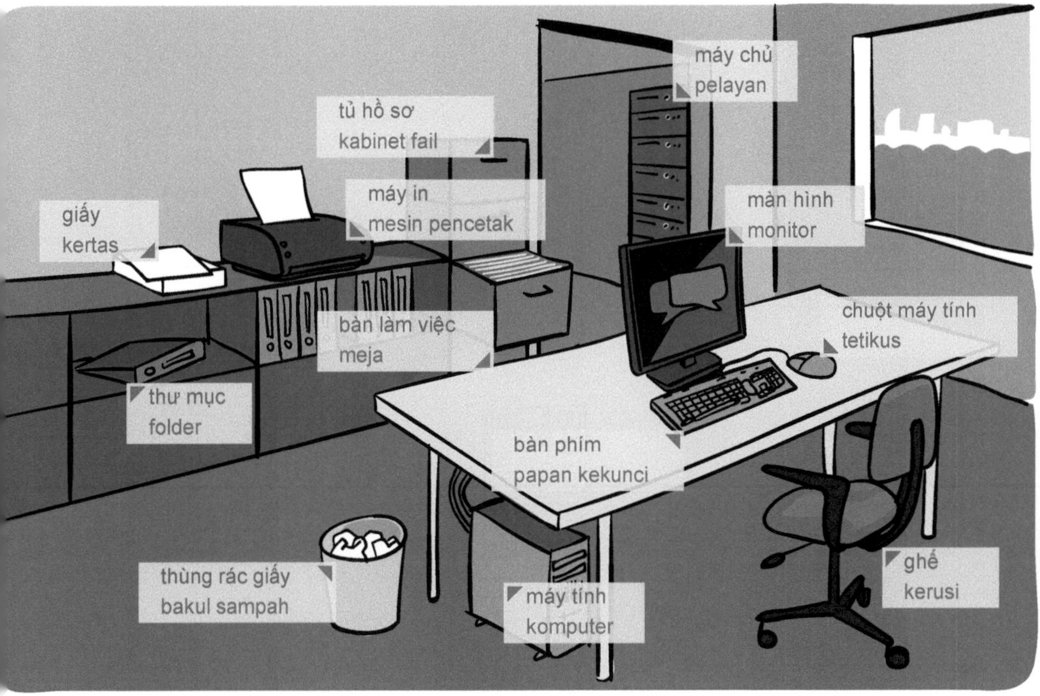

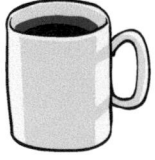

cốc cà phê

cawan kopi

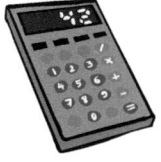

máy tính bỏ túi

kalkulator

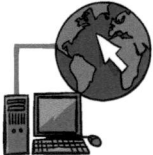

internet

internet

laptop

komputer riba

thư

surat

tin nhắn

mesej

điện thoại di động

mudah alih

mạng

rangkaian

máy photocopy

mesin fotokopi

phần mềm

perisian

điện thoại

telefon

ổ cắm điện

soket plag

máy fax

mesin faks

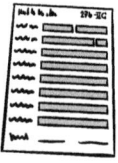

mẫu đơn

bentuk

chứng từ

dokumen

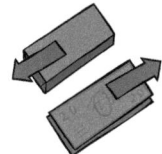

mua

beli

trả tiền

bayar

buôn bán

berdagang

tiền

wang

đô la

dolar

Euro

euro

yên

yen

rúp

rubel

franc Thụy Sĩ

franc swiss

nhân dân tệ

renminbi yuan

rupi

rupee

máy rút tiền tự động

mata tunai

quầy đổi tiền

pejabat tukaran mata wang

vàng

emas

bạc

perak

dầu

minyak

năng lượng

tenaga

giá tiền

harga

hợp đồng

kontrak

thuế

cukai

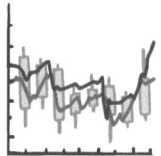

cổ phiếu

stok

làm việc

kerja

nhân viên

pekerja

chủ lao động

majikan

nhà máy

kilang

cửa hiệu

kedai

nghề nghiệp
pekerjaan

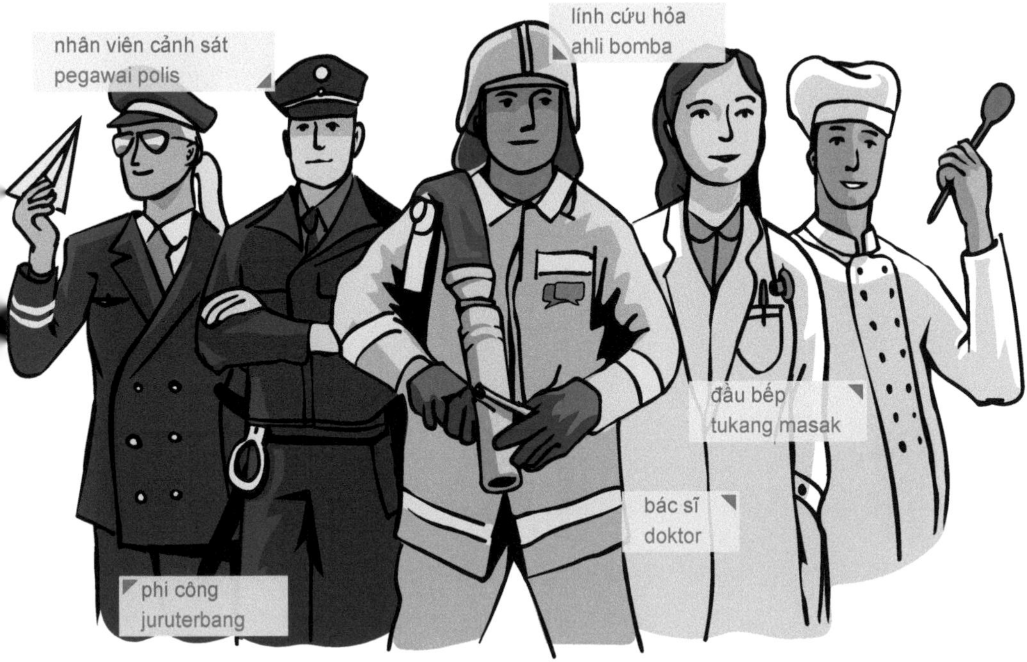

nhân viên cảnh sát
pegawai polis
lính cứu hỏa
ahli bomba
đầu bếp
tukang masak
bác sĩ
doktor
phi công
juruterbang

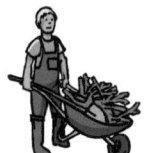

người làm vườn

tukang kebun

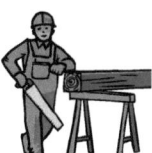

thợ mộc

tukang kayu

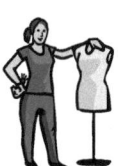

thợ may

tukang jahit

chánh án

hakim

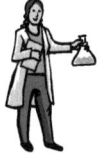

nhà hóa học

ahli kimia

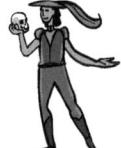

diễn viên

pelakon

tài xế xe buýt

pemandu bas

người lái taxi

pemandu teksi

ngư dân

nelayan

người lau dọn vệ sinh

wanita pencuci

thợ lợp mái nhà

kasau

bồi bàn

pelayan

thợ săn

pemburu

họa sĩ

pelukis

thợ làm bánh

bakeri

thợ điện

juruelektrik

thợ xây dựng

pembangun

kỹ sư

jurutera

người hàng thịt

penjual daging

thợ sửa ống nước

tukang paip

người đưa thư

posmen

người lính
askar

kiến trúc sư
arkitek

nhân viên thu ngân
juruwang

người bán hoa
kedai bunga

thợ cắt tóc
pendandan rambut

nhân viên soát vé
konduktor

thợ cơ khí
mekanik

thuyền trưởng
kapten

nha sĩ
doktor gigi

nhà khoa học
ahli sains

giáo sĩ Do thái
tuhanku

lãnh tụ Hồi giáo
imam

nhà sư
sami

mục sư
paderi

dụng cụ
alat

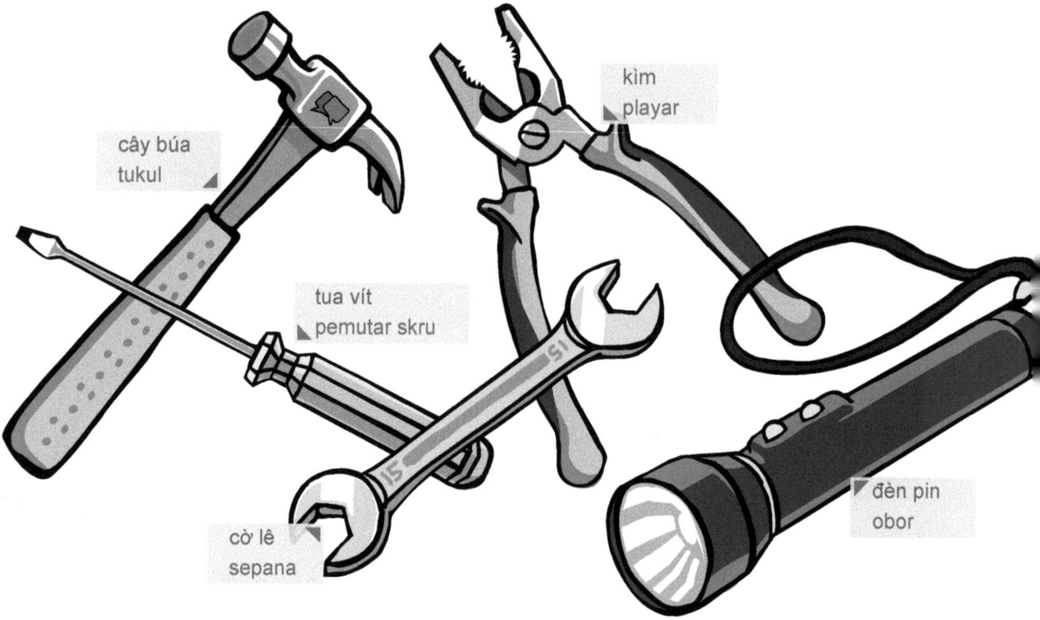
cây búa
tukul
kìm
playar
tua vít
pemutar skru
cờ lê
sepana
đèn pin
obor

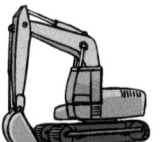

máy xúc đất

pengorek

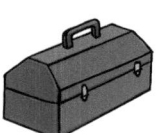

hộp dụng cụ

kotak peralatan

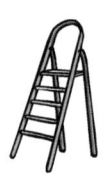

cái thang

tangga

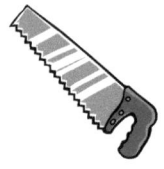

cưa

gergaji

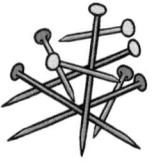

đinh

kuku

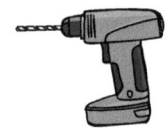

máy khoan

gerudi

sửa chữa
baiki

cái xẻng
penyodok

khốn nạn!
Celaka!

cái hót rác
penadah sampah

thùng sơn
periuk cat

vít
skru

nhạc cụ
alat muzik

loa
pembesar suara

bộ trống
perangkat dram

đàn ghi ta
gitar

đàn công tra bát
bass berganda

kèn trompet
trompet

đàn piano

piano

đàn vĩ cầm

biola

ghi ta bass

bass

trống định âm

timpani

trống

dram

đàn organ

papan kekunci

kèn Saxophone

saksofon

sáo

seruling

micro

mikrofon

vườn bách thú

ZOO

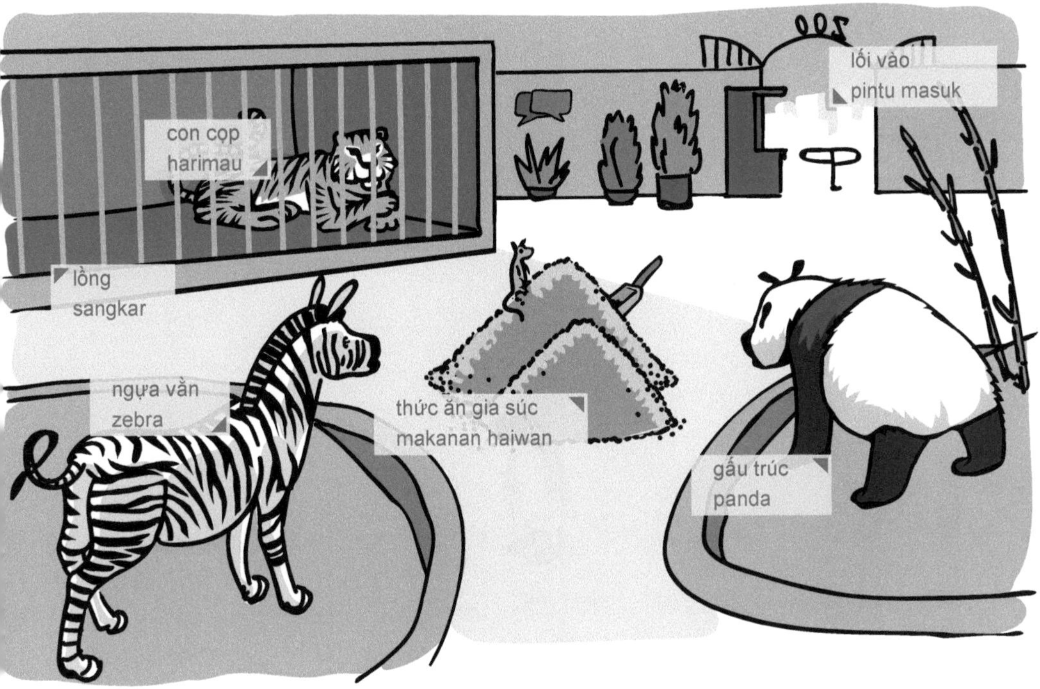
lối vào
pintu masuk
con cọp
harimau
lồng
sangkar
ngựa vằn
zebra
thức ăn gia súc
makanan haiwan
gấu trúc
panda

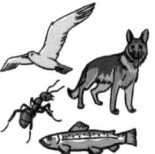

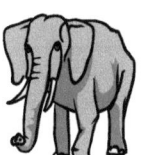

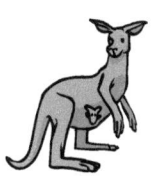

động vật

haiwan

con voi

gajah

chuột túi

kanggaru

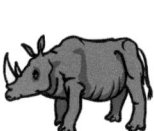

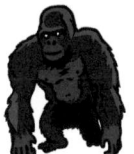

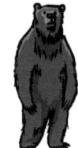

tê giác

badak sumbu

khỉ đột

gorila

con gấu

beruang

lạc đà
unta

đà điểu
burung unta

sư tử
singa

con khỉ
monyet

hồng hạc
flamingo

con vẹt
nuri

gấu bắc cực
beruang kutub

chim cánh cụt
penguin

cá mập
yu

con công
merak

con rắn
ular

cá sấu
buaya

người trông giữ vườn bách
thú
penjaga zoo

hải cẩu
anjing laut

báo đốm
jaguar

ngựa lùn
kuda

con báo
harimau

hà mã
badak air

hươu cao cổ
zirafah

đại bàng
helang

heo rừng
babi jantan

cá
ikan

con rùa
penyu

hải mã
anjing laut

con cáo
musang

linh dương
rusa

bóng bầu dục Mỹ
bola sepak Amerika

đua xe đạp
berbasikal

quần vợt
tenis

bóng rổ
bola keranjang

bơi
renang

đấm bốc
tinju

khúc côn cầu trên băng
hoki ais

bóng đá	cầu lông	điền kinh
bola sepak	badminton	olahraga
bóng ném	trượt tuyết	polo
bola baling	ski	polo

các hoạt động
aktiviti

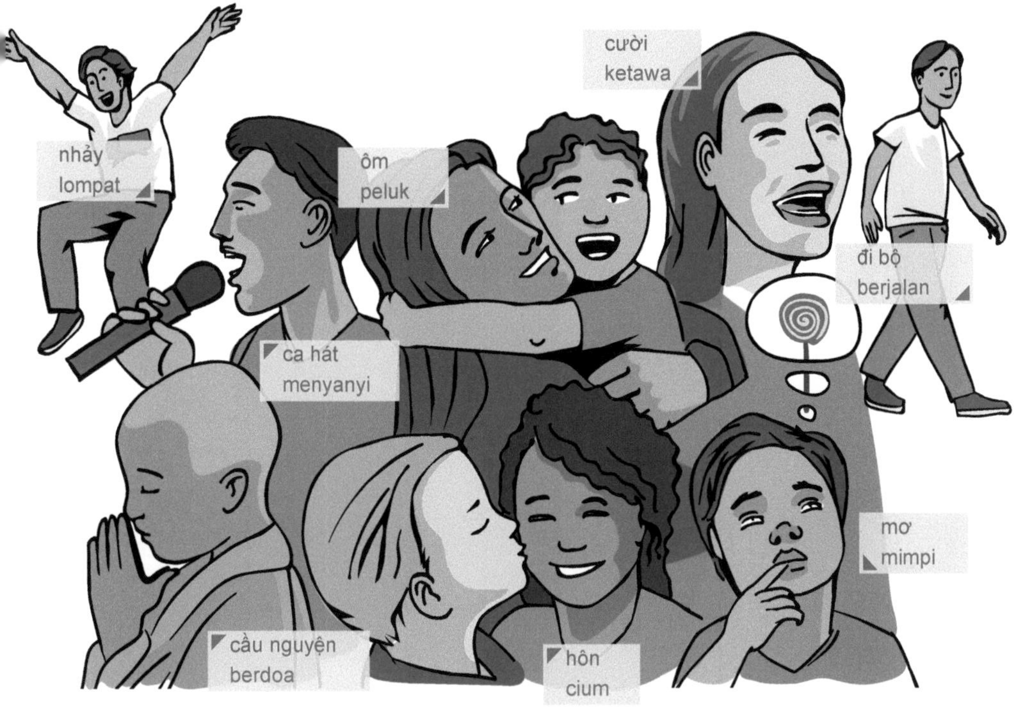
cười
ketawa
nhảy
lompat
ôm
peluk
đi bộ
berjalan
ca hát
menyanyi
mơ
mimpi
cầu nguyện
berdoa
hôn
cium

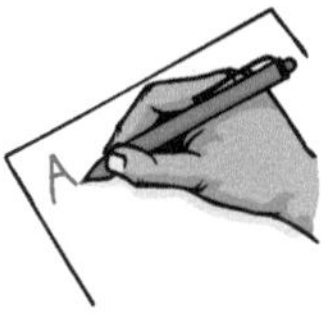

viết
tulis

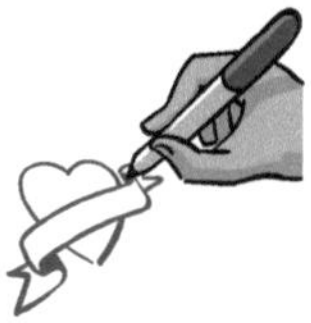

vẽ
lukis

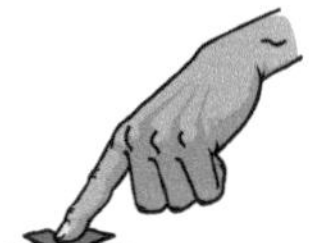

chỉ trỏ
tunjuk

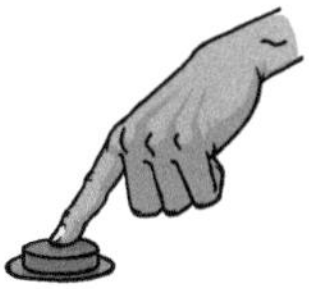

đẩy
tolak

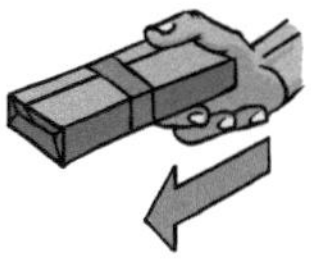

cho
beri

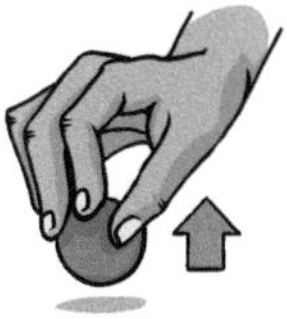

lấy đi
ambil

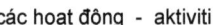

có
ada

làm
buat

thì / là
ialah

đứng
berdiri

chạy
lari

kéo
tarik

ném
buang

rơi
jatuh

nằm
tipu

chờ đợi
tunggu

mang vác
bawa

ngồi
duduk

mặc quần áo
pakai

ngủ
tidur

thức dậy
bangkit

xem
lihat pada

khóc
menangis

vuốt ve
strok

chải
sikat

nói chuyện
cakap

hiểu
faham

câu hỏi
tanya

nghe
dengar

uống
minum

ăn
makan

dọn dẹp
mengemas

yêu
sayang

nấu nướng
masak

lái xe
pandu

bay
terbang

đi thuyền buồm

belayar

tính toán

kira

đọc

baca

học

belajar

làm việc

kerja

cưới

nikah

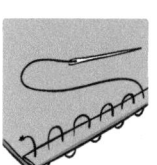

khâu vá

jahit

đánh răng

memberus gigi

giết

bunuh

hút thuốc

asap

gửi đi

hantar

gia đình
keluarga

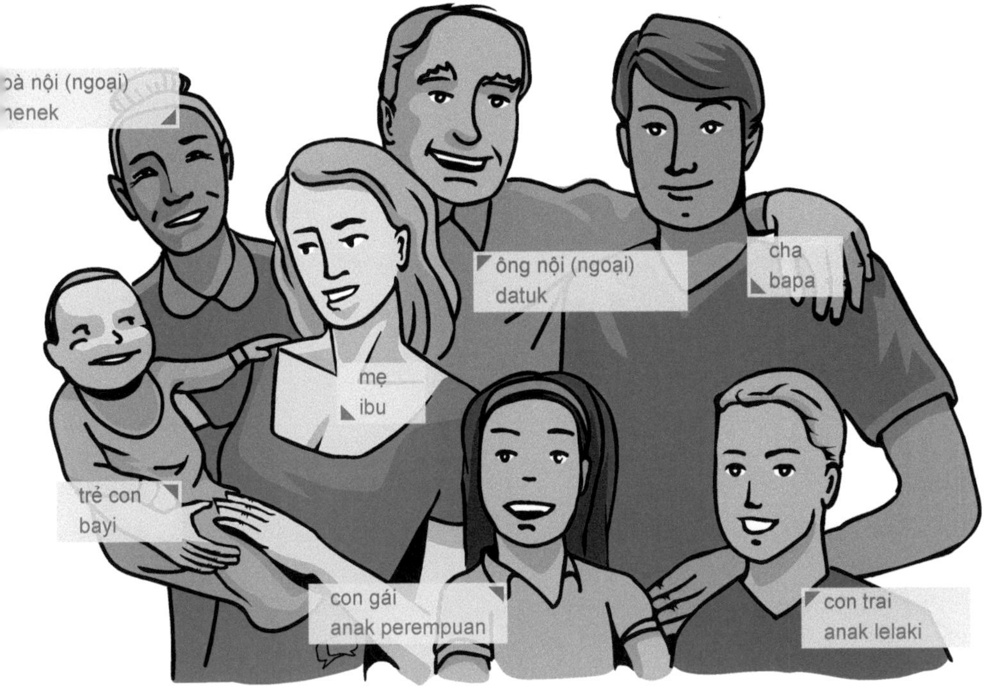
à nội (ngoại)
enek
ông nội (ngoại)
datuk
cha
bapa
mẹ
ibu
trẻ con
bayi
con gái
anak perempuan
con trai
anak lelaki

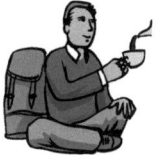

khách

tetamu

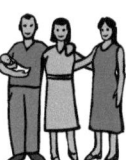

cô (dì)

mak cik

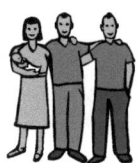

chú, bác (cậu)

pak cik

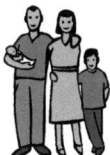

anh (em) trai

abang

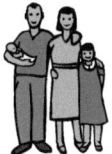

chị (em) gái

kakak

cơ thể

badan

trán
dahi
mắt
mata
vai
bahu
ngón tay
jari
mặt
muka
cằm
dagu
bàn tay
tangan
chân
kaki
ngực
dada
cánh tay
lengan

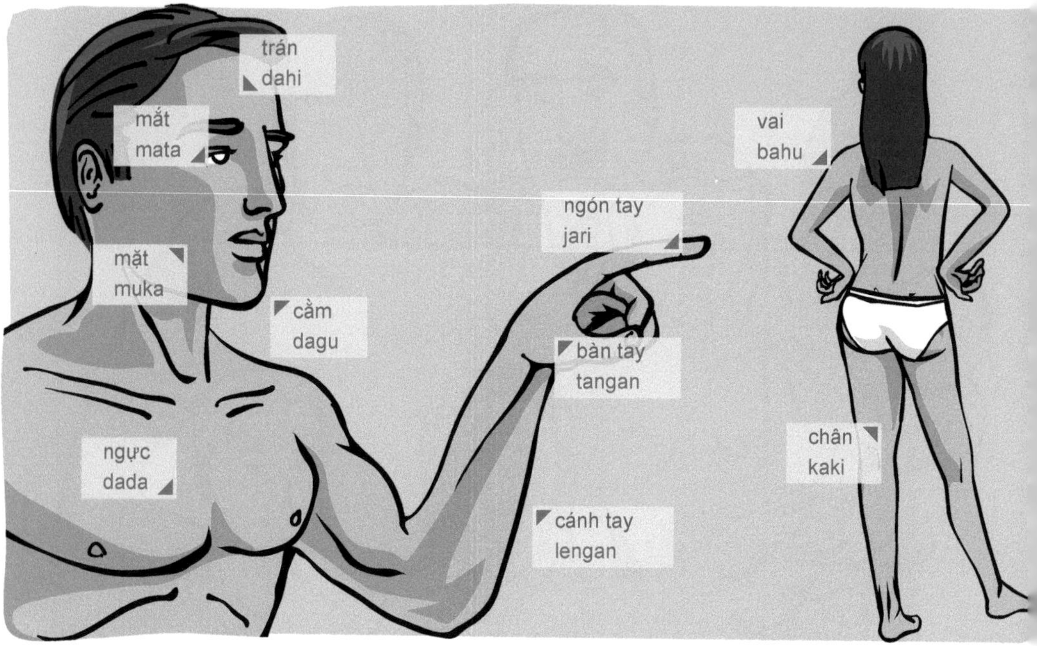

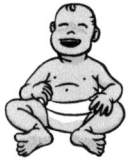

trẻ con

bayi

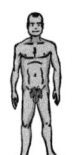

đàn ông

lelaki

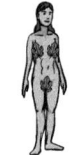

phụ nữ

wanita

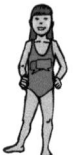

bé gái

perempuan

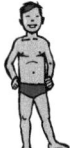

bé trai

lelaki

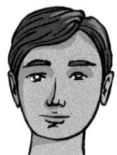

đầu

kepala

lưng

belakang

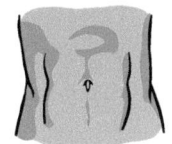

bụng

bawah perut

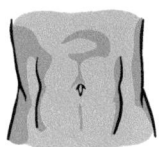

rốn

pusat

ngón chân

jari kaki

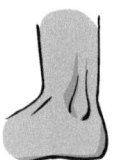

gót chân

tumit

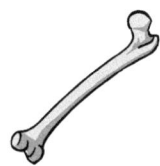

xương

tulang

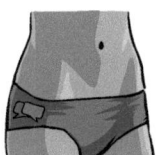

hông

pinggul

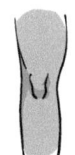

đầu gối

lutut

khuỷu tay

siku

mũi

hidung

mông

bawah

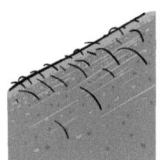

da

kulit

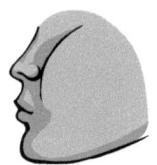

má

pipi

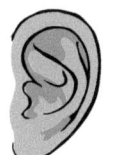

tai

telinga

môi

bibir

miệng

mulut

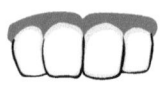

răng

gigi

lưỡi

lidah

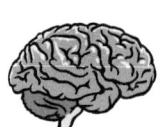

não

otak

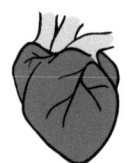

tim

hati

cơ bắp

otot

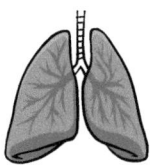

phổi

paru-paru

gan

hati

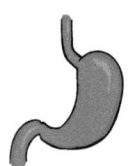

dạ dày

perut

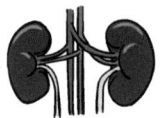

thận

buah pinggang

giao hợp

seks

bao cao su

kondom

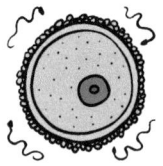

noãn

faraj

tinh dịch

mani

mang thai

mengandung

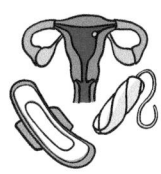

kinh nguyệt

haid

âm vật

faraj

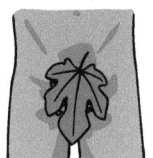

dương vật

penis

lông mày

kening

tóc

rambut

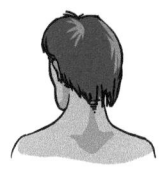

cổ

leher

bệnh viện
hospital

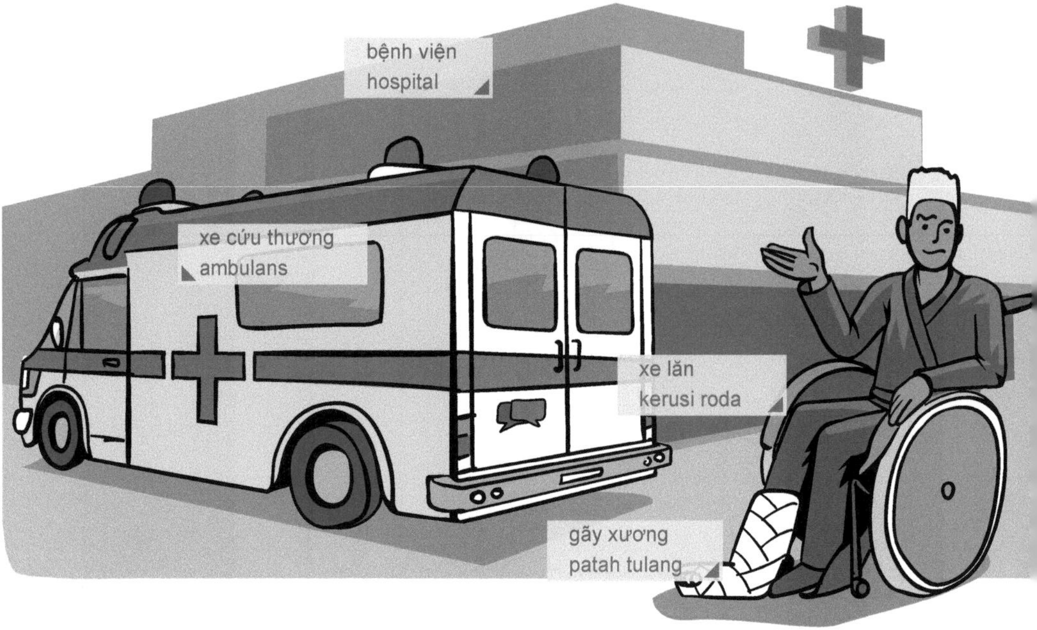

bệnh viện
hospital
xe cứu thương
ambulans
xe lăn
kerusi roda
gãy xương
patah tulang

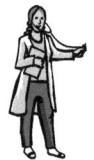

bác sĩ

doktor

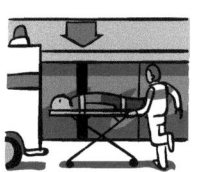

phòng cấp cứu

bilik kecemasan

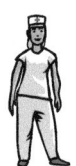

y tá

jururawat

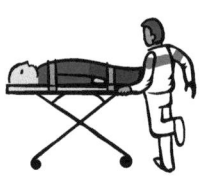

cấp cứu

kecemasan

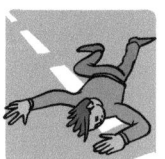

bất tỉnh

tak sedar

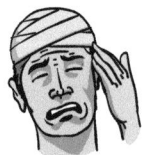

cơn đau

sakit

bị thương

kecederaan

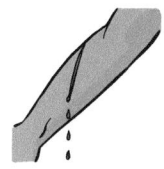

chảy máu

pendarahan

nhồi máu cơ tim

serangan jantung

đột quỵ

strok

dị ứng

alergi

ho

batuk

sốt

demam

cúm

selesema

tiêu chảy

cirit-birit

đau đầu

sakit kepala

ung thư

kanser

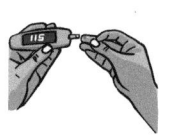

bệnh tiểu đường

diabetes

bác sĩ phẫu thuật

pakar bedah

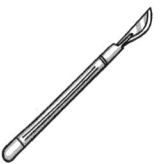

dao mổ

pisau bedah

giải phẫu

pembedahan

chụp cắt lớp

CT

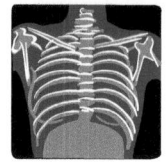

chụp x-quang

x-ray

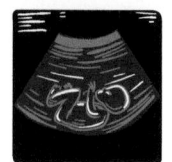

siêu âm

ultrabunyi

mặt nạ

topeng muka

bệnh

penyakit

phòng đợi

bilik menunggu

cái nạng

penongkat

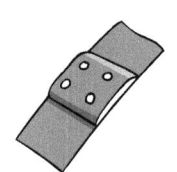

băng dán vết thương

plaster

băng bó

pembalut

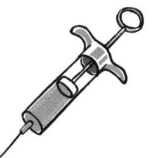

tiêm thuốc

suntikan

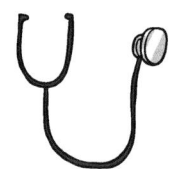

ống nghe khám bệnh

stetoskop

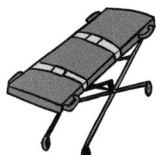

băng ca

pengusung

nhiệt kế

termometer klinik

sinh đẻ

kelahiran

thừa cân

berat badan berlebihan

máy trợ thính

alat pendengaran

chất khử trùng

disinfektan

nhiễm trùng

jangkitan

vi rút

virus

HIV / AIDS

HIV / AIDS

thuốc

perubatan

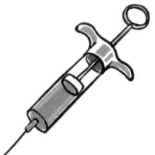

tiêm chủng

vaksinasi

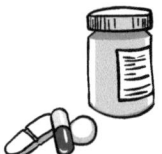

thuốc viên

tablet

viên thuốc

pil

gọi cấp cứu

panggilan kecemasan

máy đo huyết áp

pantau tekanan darah

bệnh / khỏe mạnh

sakit / sihat

cứu!

Tolong!

báo động

penggera

cuộc đột kích

serang

sự tấn công

serangan

mối nguy hiểm

bahaya

lối thoát hiểm

pintu kecemasan

cháy!

Api!

bình chữa cháy

alat pemadam api

tai nạn

kemalangan

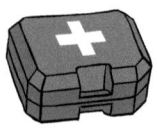

bộ dụng cụ sơ cứu

alat pertolongan cemas

SOS

SOS

cảnh sát

polis

châu Âu

Eropah

Bắc Mỹ

Amerika Utara

Nam Mỹ

Amerika Selatan

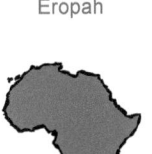

châu Phi

Afrika

châu Á

Asia

châu Úc

Australia

Đại Tây Dương

Atlantic

Thái Bình Dương

Pasifik

Ấn Độ Dương

Lautan Hindi

Nam Cực Dương

Lautan Antartik

Bắc Băng Dương

Lautan Artik

bắc cực

Kutub utara

nam cực
Kutub Selatan

nam cực
Antartika

trái đất
bumi

đất liền
tanah

biển
laut

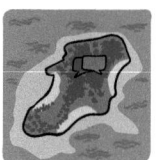

đảo
pulau

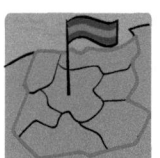

quốc gia
negara

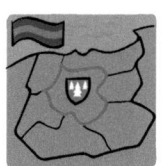

nhà nước
negeri

trái đất - bumi

mặt đồng hồ

muka jam

kim chỉ giờ

tangan jam

kim chỉ phút

tangan minit

kim chỉ giây

terpakai

Bây giờ là mấy giờ?

Jam berapa sekarang

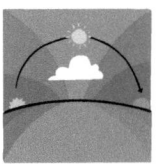

ngày

hari

thời gian

masa

bây giờ

sekarang

đồng hồ điện tử

jam digital

phút

minit

giờ

jam

tuần lễ
minggu

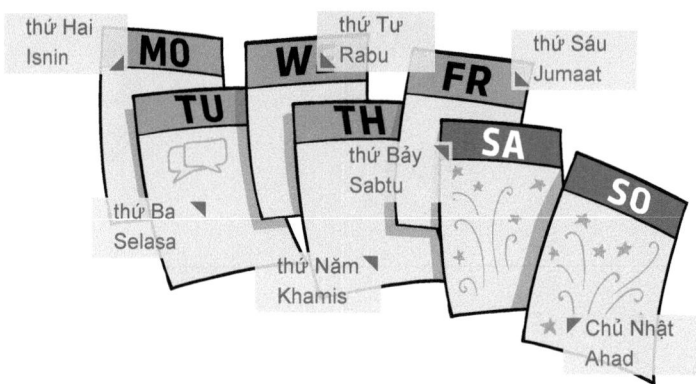

thứ Hai / Isnin — MO
thứ Tư / Rabu — W
thứ Sáu / Jumaat — FR
thứ Ba / Selasa — TU
thứ Bảy / Sabtu — SA
thứ Năm / Khamis — TH
Chủ Nhật / Ahad — SO

hôm qua
semalam

hôm nay
hari ini

ngày mai
esok

buổi sáng
pagi

buổi trưa
tengah hari

buổi tối
petang

ngày làm việc
hari kerja

cuối tuần
hari minggu

năm
tahun

mưa
hujan
cầu vồng
pelangi
gió
angin
tuyết
salji
mùa xuân
musim bunga
mùa hè
musim panas
mùa thu
musim luruh
mùa đông
musim salji

4.APRIL 11°
5.APRIL 4°
6.APRIL 13°
7.APRIL 8°
8.APRIL 10°

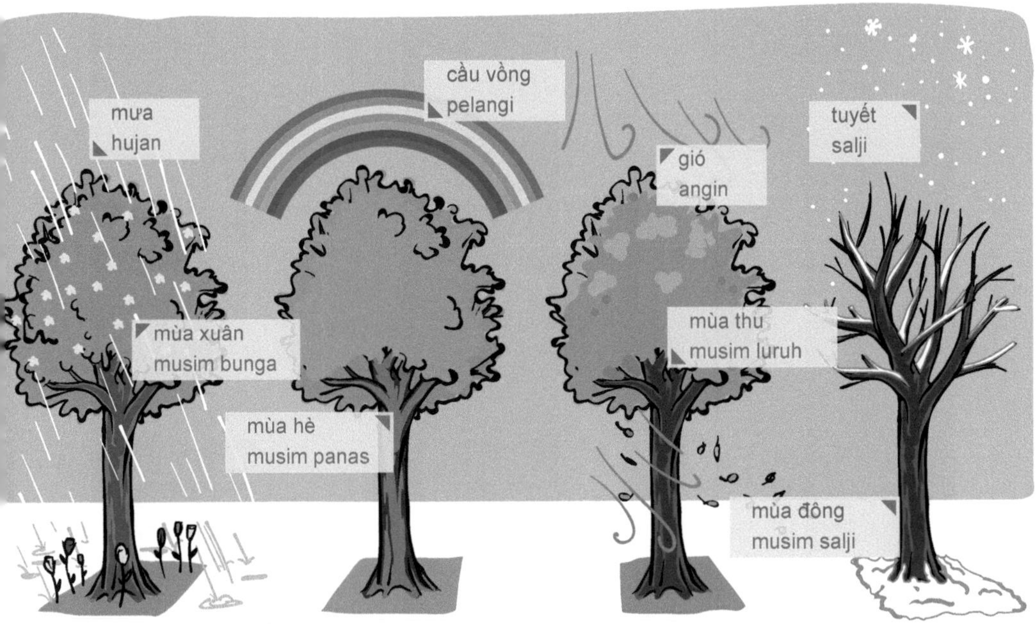

dự báo thời tiết

ramalan cuaca

F
C
120
90
60
30
0
-30
40
30
20
10
0
-10
-20

nhiệt kế

termometer

ánh nắng

sinar matahari

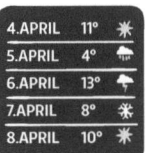

mây

awan

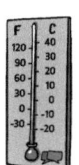

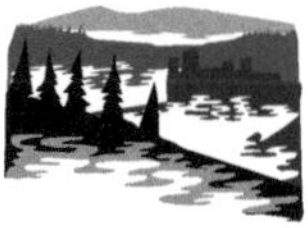

sương mù

kabus

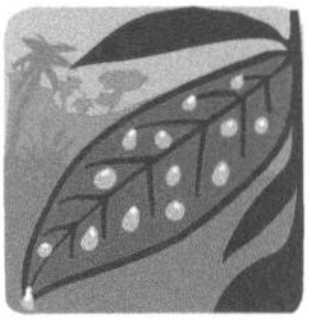

độ ẩm không khí

lembapan

tia chớp
kilat

sấm sét
petir

cơn bão
ribut

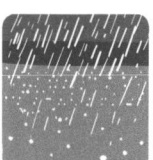

mưa đá
hujan batu

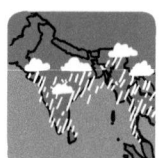

gió mùa
monsun

lũ lụt
banjir

nước đá
ais

tháng Một
Januari

tháng Hai
Februari

tháng Ba
Mac

tháng Tư
April

tháng Năm
Mei

tháng Sáu
Jun

tháng Bảy
Julai

tháng Tám
Ogos

tháng Chín
September

tháng Mười
Oktober

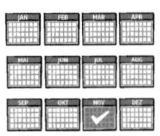

tháng Mười Một
November

tháng Mười Hai
Disember

hình dạng
bentuk

hình tròn
bulatan

hình vuông
petak

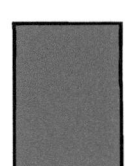

hình chữ nhật
segi empat tepat

hình tam giác
segitiga

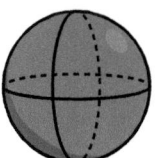

hình cầu
sfera

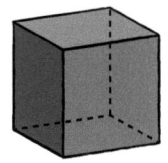

khối vuông
kiub

màu trắng

putih

màu vàng

kuning

màu cam

oren

màu hồng

merah jambu

màu đỏ

merah

màu tím

ungu

màu xanh dương

biru

màu xanh lá cây

hijau

màu nâu

coklat

màu xám

kelabu

màu đen

hitam

nhiều / ít

banyak / sedikit

tức tối / điềm tĩnh

marah / tenang

xinh đẹp / xấu xí

cantik / hodoh

bắt đầu / kết thúc

bermula / tamat

to / nhỏ

besar kecil

sáng / tối

terang / gelap

anh (em) trai / chị (em) gái

abang / kakak

sạch / bẩn

bersih / kotor

đủ / thiếu

lengkap / tidak lengkap

ngày / đêm

hari / malam

chết / sống

mati / hidup

rộng / chật hẹp

luas / sempit

ăn được / không ăn được

boleh dimakan / tidak boleh dimakan

ác / tử tế

jahat / baik

hào hứng / chán nản

teruja / bosan

béo / gầy

gemuk / kurus

đầu tiên / cuối cùng

pertama / terakhir

bạn / thù

kawan / musuh

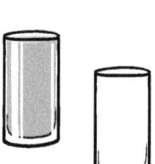

đầy / rỗng

penuh / kosong

cứng / mềm

keras / lembut

nặng / nhẹ

berat / ringan

đói / khát

lapar / dahaga

bệnh / khỏe mạnh

sakit / sihat

bất hợp pháp / hợp pháp

menyalahi undang-undang / undang-undang

thông minh / ngu

pintar / bodoh

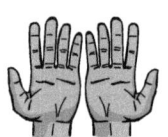

trái / phải

kiri / kanan

gần / xa

dekat / jauh

mới / cũ

baru / lama

không có gì cả / có cái gì đó

tiada / sesuatu

già / trẻ

tua / muda

bật / tắc

hidup / mati

mở / đóng

terbuka / tertutup

im lặng / ồn ào

diam / bising

giàu / nghèo

kaya / miskin

đúng / sai

betul / salah

sần sùi / mịn màng

kasar / halus

buồn / vui

sedih / gembira

ngắn / dài

pendek / panjang

chậm / nhanh

lambat / laju

ẩm ướt / khô ráo

basah / kering

ấm áp / mát mẻ

panas / sejuk

chiến tranh / hòa bình

berperang / berdamai

0	**1**	**2**
số không	một	hai
sifar	satu	dua

3	**4**	**5**
ba	bốn	năm
tiga	empat	lima

6	**7**	**8**
sáu	bảy	tám
enam	tujuh	lapan

9	**10**	**11**
chín	mười	mười một
sembilan	sepuluh	sebelas

12

mười hai

dua belas

13

mười ba

tiga belas

14

mười bốn

empat belas

15

mười lăm

lima belas

16

mười sáu

enam belas

17

mười bảy

tujuh belas

18

mười tám

lapan belas

19

mười chín

Sembilan belas

20

hai mươi

dua puluh

100

một trăm

ratus

1.000

một ngàn

ribu

1.000.000

một triệu

juta

tiếng Anh

Bahasa Inggeris

tiếng Anh Mỹ

Bahasa Inggeris Amerika

tiếng Quan Thoại

Bahasa Cina Mandarin

tiếng Hin-di

Bahasa Hindi

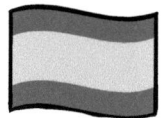

tiếng Tây Ban Nha

Bahasa Sepanyol

tiếng Pháp

Bahasa Perancis

tiếng Ả-rập

Bahasa Arab

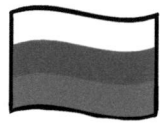

tiếng Nga

Bahasa Rusia

tiếng Bồ Đào Nha

Bahasa Portugis

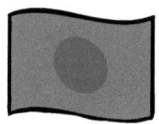

tiếng Bengal

Bahasa Benggali

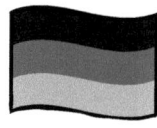

tiếng Đức

Bahasa Jerman

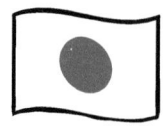

tiếng Nhật

Bahasa Jepun

tôi

saya

bạn

anda

anh ta / cô ta / nó

dia / dia / ia

chúng tôi

kita

các bạn

anda

họ

mereka

ai?

siapa?

cái gì?

apa?

như thế nào?

bagaimana?

ở đâu?

di mana?

lúc nào?

bila?

tên

nama

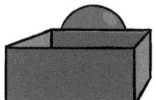

phía sau
....
belakang

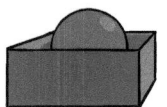

ở trong
....
dalam

phía trước
....
di hadapan

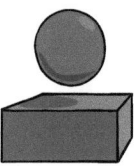

phía trên
....
lebih

ở trên
....
pada

ở dưới
....
di bawah

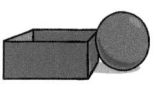

bên cạnh
....
bersebelahan

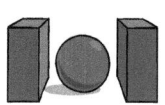

ở giữa
....
antara

chỗ
....
tempat